# ദൈവമേ
# നിനക്കു ഞാൻ
# വെച്ചിട്ടുണ്ട്

**daivame**
**ninakku njan**
**vachittundu**
poems

•

*sathyachandran poyilkavu*

•

*first edition*
november 2008

•

second edition
august 2010

•

*typesetting* & *published*
chintha publishers, thiruvananthapuram

•

*printed*
geethanjali offset prints, kozhikode

•

*cover*
anil vega



***വിതരണം***
**ദേശാഭിമാനി ബുക്ക് ഹൗസ്**
H O തിരുവനന്തപുരം-695 001

***ബ്രാഞ്ചുകൾ***
ഓവർബ്രിഡ്ജ് തിരുവനന്തപുരം • കെ എസ് ആർ ടി സി ബസ് സ്റ്റേഷൻ ആലപ്പുഴ • കെ എസ് ആർ ടി സി ബസ് സ്റ്റേഷൻ എറണാകുളം • കലൂർ കൊച്ചി • ഐ ജി റോഡ് കോഴിക്കോട് • മാവൂർ റോഡ് കോഴിക്കോട് • എൻ ജി ഒ യൂണിയൻ ബിൽഡിങ് കണ്ണൂർ • സെൻട്രൽ ബസ് ടെർമിനൽ കോംപ്ലക്സ് താവക്കര കണ്ണൂർ • മച്ചിങ്ങൽ ലെയ്ൻ തൃശൂർ

CR - 1004 / 2509

# ദൈവമേ നിനക്കു ഞാൻ വെച്ചിട്ടുണ്ട്

കവിതകൾ

സത്യചന്ദ്രൻ പൊയിൽക്കാവ്

ചിന്ത പബ്ലിഷേഴ്സ്
തിരുവനന്തപുരം-695 001
വില : 40.00 രൂപ

# സത്യചന്ദ്രൻ പൊയിൽക്കാവ്

ആയിരത്തി തൊള്ളായിരത്തി അറുപത്തി ആറിൽ കോഴിക്കോട് ജില്ലയിലെ പൊയിൽക്കാവിൽ ജനനം. അച്ഛൻ: വാളിയിൽ ഉണ്ണര. അമ്മ: വാളിപ്പറമ്പിൽ മാധവിയമ്മ. പൊയിൽക്കാവ് യു പി, ഹൈസ്കൂൾ, എക്സലൻഡ് കോളേജ് എന്നിവിടങ്ങളിൽ വിദ്യാഭ്യാസം. എട്ടാംതരം മുതൽ കവിതകൾ എഴുതിത്തുടങ്ങി. മിക്ക ആനുകാലികങ്ങളിലും കവിതകൾ പ്രസിദ്ധീകരിക്കുന്നു. *പാപനാശിനി, പൊയിൽക്കാവിന്റെ കവിതകൾ, പെയിന്ററെ ചിരിപ്പിച്ച ശ്രീനിവാസൻ* തുടങ്ങിയവ ഇതരകൃതികൾ.


ഭാര്യ : കനകശ്രീ

വിലാസം : വാളിയിൽ വീട്, എടക്കുളം പി ഒ
കോഴിക്കോട്, പിൻ: 673306

# പ്രസാധകക്കുറിപ്പ്

**പു**തിയ കാലത്തിന്റെ ഭാവുകത്വത്തെ പ്രതിഫലിപ്പിക്കുകയും രൂപപ്പെടുത്തുകയും ചെയ്യുന്ന കവിതകളെ മലയാളിവായനക്കാർക്കായി പരിചയപ്പെടുത്തുന്നതിൽ ഞങ്ങൾക്കുള്ള പ്രതിബദ്ധതയാണ് സത്യചന്ദ്രന്റെ കവിതകൾ പ്രസാധനം ചെയ്യുന്നതിനുപിറകിലുള്ള പ്രചോദനം. ആവർത്തനത്തിന്റെ യാന്ത്രികതയിൽ മുരടിച്ചുപോയ മലയാള കാവ്യാസ്വാദനത്തെയും കാവ്യസൃഷ്ടിയെയും ഉണർത്തുന്ന സ്ഫുരണങ്ങളെ അവ എവിടെ നിന്നുണ്ടായാലും സ്വീകരിക്കാൻ ആത്മബോധമുള്ള വായനക്കാർ നിറഞ്ഞ മനസുള്ളവരായിരിക്കും എന്ന ദൃഢപ്രതീക്ഷ ഞങ്ങൾക്കുണ്ട്. കാലത്തിന്റെ അനുഭവങ്ങളെ ഉൾക്കൊള്ളുകയും ചരിത്രത്തിന്റെ പാഠങ്ങളെ വിസ്മരിക്കാതിരിക്കുകയും ജീവിതത്തിന്റെ ആഴങ്ങളെ മറയ്ക്കാതിരിക്കുകയും ചെയ്യുന്ന കവിതയുടെ ആന്തരബോധത്തെ മലയാളിസഹൃദയർക്കായി സമർപ്പിക്കുന്നു.

# ഉള്ളടക്കം

# 1

# മരിച്ചവന്റെ സംഭാഷണം

രാത്രിയിൽ
ശ്മശാനത്തിനരികിലെ കടൽ
എന്നോടു സംസാരിക്കാറുണ്ട്
മരിച്ചവന്റെകുപ്പായങ്ങൾ
നക്ഷത്രങ്ങൾ സൂക്ഷിച്ചുവെക്കുമത്രെ
അവന്റെ പ്രണയം
നിലാവായി മണ്ണിനെ ചുംബിക്കും
അവന്റെ വിയർപ്പുമണികൾ
മഞ്ഞുതുള്ളികളായി
ഭൂമിയിലേക്കു വരും
പകൽ ഒരിക്കലും
അവനെ കണ്ടെത്തുകയില്ല
അവനോടൊപ്പം കവിതചൊല്ലാൻ
ആരും മോഹിച്ചുപോകും
ഒരിക്കലെങ്കിലും

## 2

# ചരിത്രകാലം

പച്ചകരിഞ്ഞ മനസ്സിൽ
ഒരു മഴ പെയ്തില്ല-
പള്ളിക്കൂടം വിട്ടപ്പോൾ
വിശപ്പും ഞാനും ഒന്നിച്ചുനടന്നു-
തുർക്കികളെക്കുറിച്ച് ഓർത്തില്ല
സാമൂതിരിയുടെ കാലമോർത്തില്ല
ജാനുവമ്മയുടെ ആട്ടിൻകൂട്ടം
വഴിമുടക്കി
എഴുത്തച്ഛൻ പ്രാണി
ഒരു വെളിച്ചേമ്പിനടിയിൽ മറഞ്ഞു
ആകാശം തെളിയുന്നുണ്ട്
ഒരു കലക്കം കഴിഞ്ഞ്

## 3

# വിസ്മയം

ചിലവഴികൾ
ഭ്രാന്തൻ മക്കളെപ്പോലെ
ഒട്ടുദൂരം കുഴക്കും
യാത്രക്കാരെ.
പായൽക്കുളം
കോലാമ്പിപ്പൂക്കൾ
ചേരയോട്ടം
അവസാനിക്കില്ല
റോഡിലെത്തുംവരെ
ആകാംക്ഷ.
എന്നാലും
ഒറ്റയക്കത്തിലും പോകാത്ത
ഒന്നാം സമ്മാനംപോലെ
ഒരു വിസ്മയം
തിരിച്ചുകൊടുക്കും
ഇന്നല്ലങ്കിൽ നാളെ
കാലം.

## 4

## പനിപ്പച്ചകൾ

നദി കടന്നിട്ടും
ഗതിപിടിച്ചില്ല
കടൽ കടന്നിട്ടും
കടമൊഴിഞ്ഞില്ല
നദിയിലായിരം
മുതലവാക്കുകൾ.
കടലിലായിരം
കടുപ്പവാക്കുകൾ.
പനിക്കു പച്ചില-
ച്ചിറകു തുന്നുമെൻ
പകച്ചബാല്യമേ
അകന്നുപോകുക

## 5

## ലങ്കാലക്ഷ്മി

ഞാനാദ്യം കണ്ട മരണം
ഭാസ്ക്കരേട്ടന്റേതായിരുന്നു-
ഒരുപായയിൽ കെട്ടി
കരിവാളിച്ചമട്ടിൽ
പ്രേമിച്ചവളോടൊപ്പമായിരുന്നു
ഗുരുവായൂരിൽ
അവസാനത്തെ ഉറക്കവും
അത്താഴവും.
അങ്ങിനെ
രണ്ടു ജാതിക്കാർക്ക്
മാനം കിട്ടി.
ഒന്നിച്ചടക്കണമെന്നെഴുതിവെച്ച
ഭാസ്ക്കരേട്ടനോടെനിക്ക് പുച്ഛംതോന്നി
ജീവിക്കാനനുവദിക്കാത്തവരോട്
അതുപോലും ചോദിക്കരുതായിരുന്നു

## 6

# ഈച്ചരചരിതം

ഒരു നല്ല കവിതയുടെ നിഴൽ എപ്പോഴും
കിഴക്കോട്ടുതന്നെ
നഷ്ടബോധം
ഗൃഹാതുരത
ഭയം
ഇതെല്ലാം
ഏതെങ്കിലുമൊരുവരിയിൽ
നമ്മളെ തടഞ്ഞുനിർത്തും.
നല്ലൊരു കവിതയിൽ ജനങ്ങൾ
എപ്പോഴും സത്യം തേടിക്കൊണ്ടിരിക്കും
അതിന്റെ അവസാനവരി
ഈച്ചരവാര്യരെന്നറിയപ്പെടും.

## 7

# കായപ്പത്തിലെ പുലിക്കോടൻ

കായപ്പം പൊതിഞ്ഞാലും
പരിപ്പുവട പൊതിഞ്ഞാലും
അന്നൊക്കെ കിട്ടുന്ന കടലാസ്സിൽ
ഒന്നുകിൽ രാജൻ
അല്ലെങ്കിൽ പുലിക്കോടൻ
ഏതു ചുവരിലും
സഖാക്കളേ മുന്നോട്ട്
ഏതു കല്യാണപ്പന്തലിലും
പുലയനാർമണിയമ്മ.
ഒരു സീതപ്പഴമരത്തിൽകയറി
നിന്നേ കാണുമ്പഴേ സന്ധ്യ നാണിക്കും.
നാടോടികളുടെ സർക്കസ്സിൽ
ഒരേ നാദം കേൾക്കുമ്പോൾ
നക്ഷത്രങ്ങളോടൊപ്പം നീയും ചിരിക്കും
അന്നേ ഞാൻ കവിയായിരുന്നു
അല്ലെങ്കിൽ
ഇത്രകാലത്തേക്കുമായി
ഇതെല്ലാം സൂക്ഷിക്കുമോ
വെടിമരുന്നിന്റെ
ഗന്ധമുള്ളൊരു ലോകത്തിൽ!

## 8

# മഴയും മരവും

മഴചോദിച്ചു
ഓർമ്മയില്ലേ
ഇടവഴിയിൽ
ഒരുകാലത്ത്
നീയെന്നോ
ഞാനെന്നോയില്ലാതെ
നമ്മൾ പെയ്തകാലം
മരം പറഞ്ഞു
ഓർമ്മയുണ്ട്
നക്ഷത്രങ്ങളില്ലാത്ത രാത്രികളിൽ
ചുമർ പൊളിച്ച്
മേർപ്പുര പൊളിച്ച്
തടവിൽ കിടക്കുന്ന നിന്നെ
രക്ഷിക്കണമെന്ന് തോന്നിയ
ഭ്രാന്തൻ നിമിഷങ്ങൾ
ഗ്രീഷ്മമെന്ന്
ഞാൻ പേരിട്ടകാലം

## 9

# കവിതപോലെ ചില വാക്കുകൾ

മുനയൊടിഞ്ഞ പേനയിൽ
അവളെ നിറച്ച്
ഒരു പ്രഭാതത്തിൽ
സൂര്യൻ എഴുതുന്നത്
കവിതയാവാം
അല്ലെങ്കിൽ
കാമമാവാം
അക്ഷരങ്ങൾ
കറുത്ത ഉറുമ്പിൻകൂട്ടമായ്
കല്യാണത്തിനുപോകെ
ഒരിടിമിന്നൽ
ഭൂമിയെ ചുംബിക്കവെ
അകന്നുപോകുന്നു
മേഘവെയിൽച്ചിറകുകൾ
ഒരു കാൽപനികനായ കവിയെ
ഒരിക്കലെങ്കിലും കണ്ടുമുട്ടില്ലെങ്കിൽ
വ്യർഥമായിപ്പോകും
ഒരു പെൺകുട്ടിയുടെ
ച്യൂയിംഗം ലൈഫ്

## 10

# രണ്ടാംതരത്തിലെ മുയൽ

ബസ്സേ
ബസ്സേ
ഒരു കുട്ടി കടന്നില്ല
ബാല്യം മുറിച്ച്
ഒരു ചുകപ്പ്
കുഞ്ഞു രക്തസാക്ഷി
അവന്റെ ക്ലാസ് ഇന്ന് നേരത്തെ വിട്ടു
രണ്ടാംതരം ബിയിൽ
അവൻ വരച്ച മുയൽ
ആകാശം കാണുന്നു

## 11

# സാഹിറയുടെ കവിതകൾ

സാഹിറാ
ഇരുണ്ടിരുണ്ടുപോകുന്ന മഴക്കാലത്ത്
കണക്കും
സയൻസും മടക്കി
തോണിയുണ്ടാക്കി
ഞങ്ങൾ കവിക്കുട്ടികളായിരുന്നു
പണ്ട് ഒരു സ്കൂൾ മുറ്റത്ത്.
മാമ്പഴം കേട്ട് കരഞ്ഞ
മെഹ്റുന്നീസയും ലീലയും
അന്ന് സഹപാഠികളായിരുന്നു.
രണ്ട് കുട്ടികളെയുംകൊണ്ട്
മഴക്കാലത്ത് കിണറ്റിൽച്ചാടി
ലീല കവയിത്രിയായി.
ഗൾഫിലേക്ക് കത്തെഴുതി
കാത്തിരുന്ന്
കണ്ണീരൊഴുക്കി
മെഹ്റുന്നീസയും
കവയിത്രിയായി.
നീയന്ന് ദൂരെയായിരുന്നു
ഒരു വരിപോലും കാണാതിരുന്നിട്ടും
നിന്നിൽ
ലീലയും മെഹ്റുന്നീസയും നിറയുന്നു
ഓരോ മഴക്കാലത്തും

## 12

# നായകന്മാരില്ലാത്ത കവിത

റെയിലരികിലൂടെ
എന്തോ ആലോചിച്ച്
അവളെവിടോപോകുന്നു
ജീവിക്കാൻ?
അതോ മരിക്കാൻ,
അവൾ പഠിച്ചിട്ടില്ല,
പാത്രം മോറാനും
മുറ്റം തൂക്കാനുമറിയാം
പാടാനും
പറയാനുമറിയില്ല
പഴങ്കഞ്ഞികുടിച്ച്
പാവമായി നിൽക്കും.
അവളുടെ വീടുപിടിക്കാതെ
ചേലുപിടിക്കാതെ
മടങ്ങിപ്പോകുന്നു
പത്താമത്തെ പെണ്ണുകാണൽ.
അവൾക്കൊപ്പം ജനിച്ചവൾ
അമ്മയായി
അമ്മമ്മയായി.
ഗണികയല്ലാത്തതിനാൽ
അവളെ അറിയില്ല വണ്ടിക്കാർ.
കവയിത്രിയല്ലാത്തതിനാൽ
അവളെ കേട്ടിട്ടില്ല ബുദ്ധിജീവികൾ.
അവളുടെ സങ്കടംകൊണ്ട്
ഇറങ്ങിവന്നില്ല
തമിഴിൽനിന്നും
തെലുങ്കിൽനിന്നും
മലയാളത്തിൽനിന്നും നായകന്മാർ

## 13

# ഞാനല്ല പറഞ്ഞത്

കവിതയെക്കുറിച്ച് ഞാനല്ല പറഞ്ഞത്
വഴിയരികിൽ വീണുകിടന്ന
ഒരു തുണ്ട് നിലാവാണ്
സ്നേഹത്തെക്കുറിച്ച് ഞാനല്ല പറഞ്ഞത്
മലമുകളിൽ നിന്നും
അശാന്തമായ കടലിനെ തേടിവന്ന
പുഴയാണ്
ദൈവത്തെക്കുറിച്ച് ഞാനല്ല പറഞ്ഞത്
തെരുവിൽ നഗ്നനായ യാചകനുനേരെ
ഒരു തൂശനിലയിൽ ചോറുനീട്ടുന്ന
നിഷ്കളങ്കനായ കുട്ടിയാണ്.
(അക്ഷരങ്ങളുടെ അർഥങ്ങൾക്കപ്പുറം
ഒരുപാട് കാഴ്ചകൾ തരുന്നലോകം
എന്റെ ഗുരുനാഥനാകുന്നു)

## 14

# വരുമോ ഉഷസ്സുകൾ

മലരൊന്നുമില്ല മനസ്സിലോണ–
കിളിപാടിയില്ല കവിതയില്ല
മലയാളനാടിന്റെ ദുർഗതിയിൽ
മനസ്സൊന്നു തേങ്ങിക്കരഞ്ഞുപോയി
ഓണമായോണമായെന്നുപാടാൻ
പീയില്ല ജീയില്ല കേരളത്തിൽ
മായം കലർന്ന കവിതയുണ്ട്
മാനവർക്കെല്ലാം ദുരിതമുണ്ട്
കാലം തെളിഞ്ഞുതെളിഞ്ഞു വന്നീ
മഴക്കാറിൽ കറുപ്പ് മറഞ്ഞുപോകാം
മാനവർക്കെല്ലാം ഒരുമയാലെ
മലയാളം നന്നായുണർന്നുപാടാം
ആ കാല ജീവിത കാഴ്ചകാണാൻ
എത്തട്ടെ മാവേലിത്തമ്പുരാനും

## 15

# ദൈവമേ നിനക്കു ഞാൻ വെച്ചിട്ടുണ്ട്

ഡാറ്റ
കുയിൽ
സിങ്കം
നറുക്കെടുപ്പുഫലം കാണുമ്പോൾ

തോട്ടുവക്കത്ത്
പെട്ടെന്ന്
ആകാശം വീണ്
ഒരു നിരപരാധി മരിക്കുമ്പോൾ

ചെകുത്താനും കടലിനുമിടയിൽ
കവിതയുടെ എഴുത്തുമേശയിൽ
മിന്നിയ നക്ഷത്രത്തോട്

ഒരു രക്തസാക്ഷി
സംസാരിക്കുമ്പോൾ
ദൈവമേ നിനക്കു ഞാൻ വെച്ചിട്ടുണ്ട്.

## 16

# ഉപമകൾ

ചില ഉപമകളിങ്ങനെ
കടൽ
കടൽ മാത്രമായി ജീവിക്കുന്നില്ല
ചിലപ്പോൾ ഒരു ഭ്രാന്തിന്
കരയിലേക്ക്....
കാറ്റ്
പൂവുകളോട് മാത്രമായി
സംസാരിക്കുന്നില്ല
ചിലപ്പോൾ വന്മരങ്ങളെ....
പ്രണയം
പരിണയത്തിലവസാനിക്കുന്നില്ല
ചിലപ്പോൾ
മരണത്തിന്റെ....
ഒരു കവിത അനശ്വരതയിലേക്ക്
കെട്ടിയുയർത്തപ്പെടാതെ-
ഒരു നിമിഷത്തിന്റെ....

## 17

# ഞങ്ങൾ കാത്തിരിക്കുന്നു

കത്തിപ്പോകുന്ന സിംഹാസനങ്ങളിലോ
കടലെടുക്കുന്ന കൊട്ടാരങ്ങളിലോ
അല്ല
ഞങ്ങൾ ജീവിക്കുന്നത്.
കുഞ്ഞുങ്ങളെ തിന്നുന്ന
കഴുകൻ വിമാനങ്ങൾക്കുതാഴെ
ജീവിതത്തിന്റെ കവിതകൾ വായിച്ച്
ഞങ്ങൾ കാത്തിരിക്കുകയാണ്.
നിന്റെ അവസാനത്തിനായി
നന്മയുടെ പൂക്കൾ വിരിയിക്കുന്ന
ഒരു സൂര്യനെയും കാത്ത്

## 18

## കുമ്മായം

നിനക്കറിയില്ല
എത്ര വെന്തിട്ടാണ്
ഇത്രയും നിറമെന്ന്

## 19

# ആകാശം

ആകാശം പറഞ്ഞു
മരങ്ങളാലും
മലകളാലും
എന്നെയുയർത്തിപ്പിടിക്കൂ
സയൻസും
കണക്കുമല്ല ഞാൻ
ഇളകുന്ന ബെഞ്ചിൽ
രാധാകൃഷ്ണനും ശശിക്കുമൊപ്പം
നെല്ലിക്കയോ പേരയ്ക്കയോ
തിന്നുകൊണ്ട്
നീലമഷിയിൽ
നിങ്ങൾ കുട്ടിക്കാലത്ത് വരച്ച
ഒരു സ്വപ്നം മാത്രം

## 20

# വള്ളത്തോൾ നഗർ

ടിക്കറ്റില്ലാതെ
വള്ളത്തോൾ നഗറിലിറങ്ങി
ഷൊർണ്ണൂരേക്ക് നടക്കുമ്പോഴാണ്
വൃത്തം മുറിച്ചും
താളം മുറിച്ചും
കവിയാകാൻ
പറഞ്ഞത്.
നിള ഒരായിരം വീടുകളിൽ മിന്നും
പിയുടെ കാൽപ്പാടുകളായി.
മണൽ പറക്കും കവിതയിൽനിന്നും
ഒരു ഭ്രാന്തൻ പാടി.
എന്നിട്ടും
തീർന്നില്ല മാമാങ്കം
എന്റെ ഗദ്ഗദം പോലെ
തിരിച്ചുവരുന്നു
സേതുവും അപ്പുണ്ണിയും
ഓരോ മഴക്കാലത്തും

## 21
# മൗനം

പണ്ടൊക്കെ-
ഗ്രാമത്തിൽ
രണ്ടുവീടുകൾക്കിടയിലെ പുക
സന്തോഷത്തോടെ
പൂപറിക്കുന്ന
കുട്ടികളോടൊപ്പം ചേർന്നിരുന്നു

ആകാശം പേടിച്ചോടുന്ന
ഇന്നത്തെ പുലരികളിൽ
അടുപ്പുകളുടെ മൗനംതന്നെയാണ്
അന്നം കഴിക്കുന്നവനും

## 22

# എന്റെ ഗീതം

എന്റെതായിട്ടൊന്നുമില്ല
കല്ലുമില്ല വീടുമില്ല
കൽപ്പണിക്കാരൊന്നുമില്ല
പുല്ലുമില്ല പല്ലുമില്ല
കട്ടുതിന്ന പുട്ടുമില്ല
ശുണ്ഠികേറി വണ്ടികേറി
നാടുവിട്ട വാക്കുമില്ല
മണ്ടനായ മന്ത്രിയില്ല
തന്ത്രിയില്ല തന്ത്രമില്ല
എന്റെതായിട്ടൊന്നുമില്ല
കോടതിയും കോട്ടുമില്ല
കേട്ടഭാവം പോലുമില്ല
കെട്ടകാല നീതിമാത്രം
എന്റെതായിട്ടെന്റെരാജ്യം
എന്നുമെന്നും പട്ടിണിയിൽ
പന്തുതട്ടി പന്തുതട്ടി
മണ്ടനായ കുട്ടിമാത്രം
മന്തുരോഗം കൊണ്ടുവന്ന്
മൂളി മൂളി പാട്ടുപാടും
വഞ്ചകനാം രക്തദാഹി
കൊതുകുഗീതം മാത്രമല്ലോ
എന്റെതായിട്ടിന്നലെയീ
നാട്ടിലോണപ്പാട്ടുകേട്ട
നാളുകൾക്കായ്ട്ടീടുന്നു
ഓർമ്മയിൽ ഞാനെന്റെ ദുഃഖം

## 23

## പച്ചബസ്സിൽ നീയില്ല

മാനാഞ്ചിറയിലും പാളയത്തും
വെയിലത്തു വന്നുനിൽക്കും
പച്ചബസ്സിൽ
ഒരു ചിരിയായി
സൗഹൃദത്തണുപ്പായ്
നീയില്ല-
കോറണേഷനും
മുതലക്കുറത്തിനുമിടയിൽ
ചന്ദ്രികയിൽ
കലാവീക്ഷണത്തിൽ
ടൗൺഹാളിൽ
തോളിൽ വീഴുന്ന കൈ
നീയല്ല-
ഗണേഷ്
ലത്തീഫ്
പ്രദീപ് മാഷ്
ഒരാളിലും നീയില്ല
ഒരു വരയാൽ
ആമയും മുയലും കളിക്കുന്നു
കാലം എന്ന ചിത്രകാരൻ

## 24

# അറിവ്

വാച്ച്
കോട്ട്
ടൈ
ഇതൊന്നുമല്ല താനെന്ന്
അയാളറിഞ്ഞത്
പല്ലുവേദന വന്നപ്പോഴാണ്

## 25

# പരീക്ഷകളിൽ ചോദിക്കാത്തത്

ചരിത്രത്തിലെ ജാരസന്തതിയുടെ
പേരു തിരഞ്ഞും
പോരു തിരഞ്ഞും
നീ ക്ലാസിലിരിക്കവെ
റെയിലോ
കയറോ
എന്നോലോചിക്കുന്നു നിന്നച്ഛൻ
ഇടവഴിയിൽ
ഒരു ചിത്രശലഭത്തിനുപിന്നിൽ
നിന്നനുജൻ ഓടിപ്പോകെ
കിണറോ വിഷമോ
എന്നോർക്കുകയാവാം
കണ്ണീർക്കഥയിൽനിന്നമ്മ
സ്വപ്നങ്ങളിലെ ഗന്ധർവ്വന്മാർ
ചോരുന്ന വീട്ടിലേക്കു വരുന്നതിനുമുമ്പ്
എവിടേക്കാവും
നിന്റെ പെങ്ങൾ ഓടിപ്പോയിരിക്കുക
ഇത്രയും ഉത്തരങ്ങളറിയാതെ
നീയെങ്ങനെയാണു മകനേ
ഈ പരീക്ഷയിൽ ജയിക്കുക

## 26

# ആരുചൊല്ലി

എങ്ങുനിന്നെങ്ങുനിന്നിത്രദൂരെ
വന്നുനീയെന്നുടെ കുഞ്ഞുപൂവേ
വാസന്തകാലമറിഞ്ഞുവെന്നോ
വാർമഴവില്ലിന്റെ കൂടെവന്നോ
മഞ്ഞക്കിളിപ്പെണ്ണ് ചൊല്ലിയെന്നോ
മഞ്ഞിൽ കളിക്കുവാൻ വന്നുവെന്നോ
പൊന്നോണക്കാലമറിഞ്ഞുവെന്നോ
പുന്നാരപ്പൂമഴ ചൊല്ലിയെന്നോ

## 27

# കൊടുംവേനലിൽ ഒരു പൈപ്പ് ലൈൻ പൊട്ടുമ്പോൾ

ഒരു മുക്കുറ്റി തൊട്ടാവാടി
ഒരു കമ്യൂണിസ്റ്റ് പച്ച
ഓർക്കാപ്പുറത്ത് നനയുന്നു
ഭൂമിയുടെ സ്നേഹത്തിൽ
ഇന്നും നാളെയും നന്നാവരുതേ
എന്നു പ്രാർഥിക്കുന്നു മുളങ്കൂട്ടം
തിണ്ടത്ത് മുകളിലായിപ്പോയതിൽ
നഷ്ടബോധത്തോടെ
ഒരു നെല്ലിമരം
ഇങ്ങനെയാവാം
ചില പ്രണയങ്ങൾ
വേനലിനെ അതിജീവിക്കുന്നത്

## 28

# കാനായിക്കാലത്തെ കവിത

മഴയിലേക്കിറങ്ങുവാൻ
കുടയില്ലെന്ന് കൂട്ടുകാരൻ
മഴയിലൂടെ ഒലിച്ചുപോയി
വിത്തും കൈക്കോട്ടുമെന്ന് നാട്ടുകാരൻ
മഴയിൽ കുതിർന്നുനിൽക്കുന്നു
മാമാങ്കം കഴിഞ്ഞ ഉർവ്വശി (ടാക്കീസ്)
മഴയിലൂടെ ആകാശത്തേക്കുയരുന്നു
വയലിലെ കള്ളുഷാപ്പ്
മഴയിലിറങ്ങിപ്പോകുന്ന പെൺകുട്ടിയുടെ
കണങ്കാല് തിന്നുന്നു നീർക്കോലികൾ
മഴ പെയ്യട്ടെ
മച്ചിലേക്ക് നോക്കിക്കിടന്നാൽ
ഒരു കവിതയെങ്കിലും കിട്ടും
പുറത്തെ ചളിയിൽനിന്നും
ശിൽപ്പമുണ്ടാക്കാൻ
ഞാനൊരു കാനായിയല്ലല്ലോ

## 29

# അലസിപ്പോയ കവിതകൾ

പെണ്ണായതിനാൽ
കുട്ടിക്കാലത്തുതന്നെ നഷ്ടമായി
തിണ്ടത്തെ ഞാവൽമരത്തിനുയരം
അരവണ്ടി സൈക്കിളോടും
രാത്രി സിനിമകൾ
പൊടിമീശ
തെക്കിനിയിലേക്കെറിഞ്ഞ പന്തുകൾ
രക്തസ്പർശത്താൽ
നാണംകെട്ട ഇടവഴികൾ
തൊട്ടാവാടികൾ
കണങ്കാലിലിഴയും വസ്ത്രങ്ങൾ
മൈദയും മുളകും
വെളിച്ചെണ്ണയും പുരണ്ട പകൽ
അലക്കുകല്ലിൻ പരുപരുപ്പ്
ഇങ്ങനെ
ഓക്കാനവും കവിതയും കൊണ്ട്
അലസിപ്പോയല്ലോ
ഏകജന്മം

## 30

# കാലവർഷം

സ്വപ്നത്തിന്റെ തോടുമുറിച്ചപ്പോൾ
ഒഴുകിപ്പോയി കുറെ വരികൾ
പള്ളിക്കൂടത്തിൽ നിന്നും
വരുന്ന കുട്ടികൾ
വെറുതെ തട്ടി
പണിയില്ലാതെ വരുന്ന സുഹൃത്ത്
മൂത്രമൊഴിച്ചു
തിരിച്ചെടുത്താൽ നാറും
പണ്ടത്തെ പ്രണയം പോലെ
കുട്ടികളെക്കൂടി പേറുന്നുണ്ട്
വരികളിലെ ചില്ലക്ഷരങ്ങൾ

## 31

# ഒരു മര്യാദക്കവിത

ആഭിജാത്യവാക്കുകൾ
സന്ധ്യക്കുമുമ്പെ
മര്യാദക്കാരനായി
വീട്ടിലെത്തി
കർക്കിടകക്കഞ്ഞികുടിച്ച്
നർമ്മവും ധർമ്മവും കഴിഞ്ഞ്
കൂർക്കം വലി തുടങ്ങി
വിസർജ്ജനക്കാലത്ത്
വിപ്ലവകാരിയെ ദംശിച്ച പാമ്പും
സ്വർഗ്ഗത്തിലെത്തി
കഥപറഞ്ഞ കുട്ടി
വളർന്നു വളർന്ന്
അക്കാദമി സെക്രട്ടറിയായി
ഇപ്പോൾ
വർഷത്തിലൊരിക്കൽ വരുന്നുണ്ട്
പൂക്കുന്ന ശോകം എന്ന മട്ടിൽ
പൊന്നോണം

## 32

# കാലവിശേഷക്കവിതകൾ

ഒറ്റദിവസത്തെ കവിത
ഉറിയിൽ വെച്ച്
മൂലധനം വായിച്ചവനോട്
കാലവിശേഷം പറഞ്ഞ്
പുകയൂതി-വാതിലടച്ച്
പട്ടിണികിടന്ന്
നേരം വെളുത്തപ്പോൾ
പൂത്തിട്ടില്ല കൊന്നകൾ
കായ്ച്ചിട്ടില്ല കണിവെള്ളരി
കടക്കെണിയിൽ ചത്തവന്റെ
പതിനാറടിയന്തിരവും കഴിഞ്ഞു

## 33

# ആകാശം പറഞ്ഞത്

ആരോടും പറയരുത്
ആകാശം പറഞ്ഞു:
ഞാൻ ഭൂമിയെ സ്നേഹിച്ചിരുന്നു
എന്നാൽ
എന്നെ പ്രണയിക്കാനവൾക്ക്
നിങ്ങൾ സാവകാശം കൊടുത്തില്ല
ദിനംപ്രതി
നഗ്നയാക്കപ്പെട്ട്-മർദ്ദിക്കപ്പെട്ട്
അവൾ അപമാനിക്കപ്പെട്ടു
ഒടുക്കം
എന്റെ പ്രണയത്തിൽ നിന്നും
അവൾ അകന്നുപോയി
ഒരു അനാഥയെപ്പോലെ
പ്രാന്തിയെപ്പോലെ

## 34
## ഭാഗ്യം

ഒറ്റ അക്കത്തിനാണ്
എപ്പോഴും കുയിൽ
എന്നെ പറ്റിക്കുന്നത്
ഒറ്റ വരിയിലൂടെയാണ്
ഒരു അപ്രിയസത്യം
എന്നെ ചതിക്കുന്നത്
ഒറ്റ നോട്ടത്തിലൂടെയാണ്
ഒരു കവിത
മേൽക്കൂരകളില്ലാത്ത വീട്ടിലെ
സുഹൃത്തിന്റെ മഴക്കാലമാകുന്നത്

## 35

# അന്യായമേ നന്ദി

അന്യായമേ നന്ദി
കെട്ടിലും മട്ടിലും
നീതന്നെ ഭാഗ്യവാൻ
നീതന്നെ നീതിമാൻ
നിന്നെ കുനിഞ്ഞൊന്നു
കുമ്പിട്ടുപോകുവാൻ
കുമ്പയ്ക്കുമേലെ
ഉടുക്കുന്നുമുണ്ടുഞാൻ
നിന്നെ വണങ്ങാ–
നിണങ്ങാനിവനൊരു
നിദ്രാരഹിതനായി
നിൽക്കുന്നു വാഴ്‌വിതിൽ
അന്യായമേ നന്ദി
വീട്ടിലും നാട്ടിലും
നീ തന്നെ കേമൻ
കേരളത്തിൽ
നിന്നെ പിരിയാ-
നെളുതല്ല ഭൂമിയിൽ
നിന്നെ ഭയക്കാത്ത-
വനില്ല ഭൂമിയിൽ

## 36

# പക്ഷകവിത

ചേലറ്റജീവിതം പൂവിട്ടുകാണാതെ
പാരിൽ മടങ്ങുന്ന മർത്യൻ
ചോദിച്ചു നിന്നുടെ വൃത്തത്തിലെങ്ങനെ
എന്നെ വരയ്ക്കുവാൻ പറ്റും
ദൈവങ്ങളെല്ലാം പറയേണ്ടൊരുത്തരം
ദീനൻ പ്രതീക്ഷിച്ചുനിൽക്കെ
വൃത്തങ്ങളെങ്ങോ മറഞ്ഞുപോയെന്നുടെ
വൃത്തിയുമൽപ്പം കുറഞ്ഞു

## 37

# മഴയും കുട്ടിയും

പൂമഴേ നീ വന്നു പാടുമെങ്കിൽ
പൂക്കുമെൻ തെച്ചിയും ചെമ്പകവും
പൂവിട്ടു നിൽക്കുമീ പിച്ചകവും
പൂക്കാതെ പോകില്ലെൻ മാനസവും
പൂമഴേ നീയെന്തേ മാറി നിൽപ്പൂ
പൂവിളിച്ചെത്തുവാനോണമായി
നീവന്നു പുൽകാതെ തുമ്പയില്ല
നീളെ വയലിലെ പൂക്കളില്ല

നോക്കു നീ പൈതലേ നാടുനീളെ
പട്ടിണിയായി മനുഷ്യർ നിൽപ്പൂ
ചോരുന്നവീടുകൾ കാൺമതില്ലേ
ചോരന്മാർ നാടുമുടിച്ചതില്ലേ
ഉള്ളവർക്കല്ലേയീയോണമുള്ളൂ
ഇല്ലാത്തവനതുകഷ്ടമല്ലേ
ഉള്ളലിവില്ലാതെ പെയ്തുവെന്നാൽ
ഉള്ളതും പോകില്ലെ പാവമല്ലെ
കാർമുകിലാണു കറുത്ത ജന്മം
എങ്കിലും ഞങ്ങളറിഞ്ഞിടുന്നു
പട്ടിണിയുള്ളവർ നാട്ടിലുണ്ട്
വേലയില്ലാത്തവർ നാട്ടിലുണ്ട്
ഞങ്ങൾ തുടർച്ചയായ് മണ്ണിൽ വന്നാൽ
മണ്ണിൽ വറുതി വിരുന്നിനെത്തും
ഉള്ളവർക്കോണമാണീമഴകൾ
ഇല്ലാത്തവനതു ദുരിതമാണ്
ആവിധം കാണുമ്പോൾ ഞങ്ങൾ മെല്ലെ
മാറുന്നു പൂവെയിൽ വന്നിടുന്നു

പൂമഴേ നീചൊന്ന സത്യമോർക്കും
പാരിലെ കഷ്ടങ്ങളെന്നുമോർക്കും
പാവങ്ങൾക്കൊപ്പമെൻ ജീവിതവും
കാണാൻ പഠിച്ചിടും ഞാനുലകിൽ

## 38

# ഇലഞ്ഞിമരവും ഞാനും

ഇടവഴിയിലെ ഇലഞ്ഞിമരം
ഒരിക്കൽ ചോദിച്ചു
നിറയെ പൂത്തിട്ടും നീയെന്നെ
പ്രേമിക്കാത്തതെന്തേ-
ആകാശം എന്നെക്കാൾ
സുന്ദരനായതുകൊണ്ട്
ഞാൻ പറഞ്ഞു.
എന്നെക്കുറിച്ച് ഒരു കവിതയെങ്കിലും എഴുതണം
ഇലഞ്ഞിമരം പറഞ്ഞു
വടക്കേലെ ഗീതയെ കെട്ടിയാൽ
ഞാൻ പറഞ്ഞു
ആഗ്രഹങ്ങൾ കവിതകളാക്കുക.
ജീവിതം നൊമ്പരവും
ഇലഞ്ഞിമരം ഉപദേശിച്ചു
ഇലഞ്ഞിമരം ഉപദേശിച്ചു
ഇലഞ്ഞിമരം ഇന്നില്ല
ഗീതയും
കുത്തനെ വീഴുന്ന വെയിൽ
എന്തൊക്കെയോ പറയുന്നുണ്ട്
ഇടവഴിയിൽ ഓട്ടോഗ്രാഫ്
എഴുതുന്ന കുട്ടികളിൽ അവളില്ല

## 39

# ചിലന്തിഭാഷ്യം

ചിലന്തികളോട് ചോദിക്കൂ
ചില വരികൾ
ലക്ഷ്യത്തിലെത്തുന്നില്ലെങ്കിലും
മാർഗ്ഗമാണ്
നിസ്സംഗ നിശ്ചലതയോടുള്ള
നിതാന്തസമരവും

## 40

# ശ്രീവിദ്യ

എത്രപേർ നിന്നെപ്പുകഴ്ത്തി, കവിതയാ–
ലെത്രപേർ നിന്നെ സ്തുതിച്ചു
എണ്ണിയാൽ തീരാത്ത ദുഃഖങ്ങൾ പേറി നീ
എന്നും നടന്നൊരീ മണ്ണിൽ
വിദ്യേ, കരയുന്നു പൂവുകൾ നിന്നുടെ
മക്കളായി തീരാത്ത നോവിൽ
ഏറും നിഴലുകൾ മങ്ങി നീ പോയൊരു
നീറും വഴികളിൽ നിൽക്കെ
നീയെനിക്കാരായിരുന്നു, ഞാൻ സ്നേഹിച്ച
ഏതോ പഴയ കിനാവ്

## 41

## പ്രമേഹകാലം

ഓർമ്മകളിൽ
ശർക്കരമഴ നനഞ്ഞിരുന്നു
പണ്ട് മുത്തച്ഛൻ
കാട്ടിലും
മേട്ടിലും
കള്ളും കവിതയും
പഴുത്തിരുന്നു
വൈരൂപ്യം മരുന്ന് തളിക്കാത്ത
അംഗലാവണ്യമായിരുന്നു
പ്രണയത്തിന്
കാലം
ഇന്നൊക്കെ മാറിപ്പോയി
മുറിവാക്കേയുള്ളൂ
കവിതയെഴുതാൻ
മുറിഞ്ഞമരം
മുറിഞ്ഞ പുഴ
മുറിഞ്ഞ കാമവും
ശർക്കരമഴകൾ
പ്രമേഹകാലത്തിന്

## 42

# പുഴക്കരയിലേക്കോടിയ ആട്ടിൻകുട്ടി

ഉറക്കത്തിൽ കണ്ട സുഹൃത്തിനോ
അയാളുടെ കുന്നിൻ ചെരുവിലെ
വീടിനോ
പഴയ പാട്ടുപെട്ടിയെ
നീളൻവിരലിനെ
പുഴക്കരയിലേക്കോടിയ
ആട്ടിൻകുട്ടിയെ
തിരഞ്ഞ് തിരഞ്ഞ്
നേരം പുലർന്നുപോയല്ലോ

## 43

# അവനും ഞാനും

വാടകമുറിയിൽ
ഒരിക്കൽ
അവൻവന്നു-
ഉള്ളവാക്കുകൾ ഞങ്ങൾ
പങ്കുവെച്ചു
ഒഴിഞ്ഞുമാറിയ പ്രണയം
തിരിച്ചുവന്ന കവിതകൾ
പരദൂഷണം
തിരിച്ചറിവില്ലായ്മ
എല്ലാം മടുപ്പിച്ചിരുന്നു അവനെ
കൂറകൾ പായുന്ന ചുവരിനെ-
അവൻ പേടിച്ചു
വെളിച്ചം കെടുത്താതെ കവിതയിൽ
ഒരു രാത്രിയെ ഞങ്ങൾ കൊന്നു
അന്നവൻ പറഞ്ഞിരുന്നു
ആരോ പിന്നിലുണ്ടെന്ന്
ഏറെ വൈകാതെ മനസ്സിലായി
അവനെ തേടിയവനെ
കൂറകൾ പായുന്ന ചുവരുകളും
അവനും

## 44

# മാനും മയിലും

മാനേ മാനേ പൊന്മാനേ
ഓടിച്ചാടും പൊന്മാനേ
സിംഹംകണ്ടാൽ ഭയമില്ലേ?
കടുവകൾ കണ്ടാൽ ഭയമില്ലേ?
എന്നിട്ടും നീയിക്കാട്ടിൽ
എന്തിന്നോടി നടക്കുന്നു
നോക്കൂ എന്നുടെ ചങ്ങാതി
എത്ര വിചിത്രം ഈ ലോകം
തണലും ഫലവും നൽകുന്ന
മരമോ മണ്ണിൽ നശിക്കുന്നു
താമര മലരുകൾ വിരിയുന്ന
കുളവും വയലും മായുന്നു
എല്ലാം നേടാനുഴറുന്ന
മർത്ത്യൻപോലും മരിക്കുന്നു
മരണം കണ്ടു ഭയന്നാലീ
മണ്ണിൽ ജിവിതമില്ലല്ലോ
ഓടുക ചാടുക തെളിനീരിൽ
മധുരം തേടുക എന്നിഷ്ടം
പാതിരവരുമെന്നോർത്തിട്ടീ
പകലിനെ നമ്മൾ മറക്കരുത്

## 45

# രാത്രി എന്ന കവിയോട്

ഒരു തരി നിലാവ്
തരിക നീയല്ലെങ്കിൽ
തിരികെ വേണ്ടാത്തൊരു
തീപ്പെട്ടിയെങ്കിലും

## 46

# നെല്ലിക്ക

കാട്ടിൽ എന്ന വീട്ടിൽ
ഒരു നെല്ലിയുണ്ടായിരുന്നു
ഇടവഴിയിലെ കല്ലുകൾ
നെല്ലിമരത്തെ തൊട്ടുകളിച്ചു
രാരുക്കുട്ടിനായരുടെ തെറികൾ
എപ്പോഴും ഞങ്ങൾക്കുനേരെ പറന്നു
ആദ്യം കേട്ട തെറികൾ
മധുരിച്ചതങ്ങനെയാണ്
പിന്നീടുള്ള തെറികൾ
കവിതകൾക്കു നേരെയായിരുന്നു
അതൊരിക്കലും മധുരിച്ചില്ല

## 47

# കൊയിലാണ്ടിയിലെബുദ്ധിജീവികൾ

കൊയിലാണ്ടിയിലെ ബുദ്ധിജിവികൾക്ക്
അറബിക്കടൽ പടിഞ്ഞാറുതന്നെ
പട്ടയും ജോണും
എഴുപതുകളും വേണുവുമില്ലാതെ
അവർ തുടങ്ങില്ല
അവസാനിപ്പിക്കുന്നത്
എപ്പോഴും
കാറ്റുവീഴ്ചയിലാകും
അല്ലെങ്കിൽ
ശ്രീനിവാസനിൽ എന്നുമാത്രം

## 48
## ബുഷ്

ഉപമകളും അലങ്കാരങ്ങളുമില്ലാതെ
ചാണകവരാന്തകളിൽ
കിടന്നുറങ്ങുന്നവർക്കുവേണ്ടി
ധർമ്മാശുപത്രികളിലെ മരുന്നുകളിൽ
ജീവൻ തളച്ചിടുന്നവർക്കുവേണ്ടി-
ഞാൻ നിന്നോടു പറയുന്നു
ദരിദ്ര്യരായ ഒരു ജനതയുടെ
ശാപത്തിൽ നിന്നും പോകൂ-
മഹാത്മാക്കൾ ജീവിച്ചിരുന്നെന്ന്
ചരിത്രം പറയുന്നു
ജീവിക്കുന്നു മഹാപരാധികളെന്ന്
വർത്തമാനവും
ഇതെന്റെ രാജ്യം
ദേശാഭിമാനികളുടെ കഥകൾ
തിരനാടകങ്ങൾ മാത്രമാകുന്ന കാലത്ത്
മഹാന്മാരുടെ സിമന്റുപ്രതിമകളിൽ
പുഷ്പമാല്യം ചാർത്തി ധന്യരാകുന്നവരുടെ നാട്
ജലമുണ്ടാകുന്നത് പഠിപ്പിച്ച ഗുരുനാഥന്മാർ
പ്ലാച്ചിമടകൾ മറന്നുപോകുന്ന കാലം

## 49

## മഴ

മഴയുടെ സാഹസം കണ്ട്
ഭൂമി ചിരിച്ചു
എന്തിനാണിങ്ങനെ കഷ്ടപ്പെടുന്നത്
ഭൂമി ചോദിച്ചു
മഴ അപ്പോഴേക്കും താഴെ വീണിരുന്നു
അങ്ങിനെയാണ്
മഴതന്നെയാണ് കവിയുമെന്ന്
ചിലർക്ക് മനസ്സിലായത്

## 50

# മിസ്കോൾ മഴകൾ

മഴകണ്ട് കാമിച്ച്
പുഴകണ്ട് പേടിച്ച്
കോരപ്പുഴക്കര നിൽക്കുമ്പോൾ
ഒരു മിസ്കോൾ

അകത്താര് മഴ ചോദിച്ചു
പുറത്താര് മധുപാൽ മറുചോദ്യമായി

മഴ മഴ മഴ
സ്വാതിതിരുനാൾ
സാമൂതിരിയോട് ചൊല്ലുന്നു
പത്മതീർത്ഥക്കുളം
മാനാഞ്ചിറയോട് ചൊല്ലുന്നു
ചോരമണം കഴിഞ്ഞു
പടിഞ്ഞാറൻ മാനം
പറങ്കികളുടെ മുഖംപോലെ കറുത്തു
അറബിക്കടൽ കുഞ്ഞാലിയുടെ
സിംഹഗർജ്ജനമായി
മഴ കൊള്ളാം
പനി കൊള്ളരുതെന്ന്
മധുപാലിന്റെ മധുമൊഴി

കടലിൽ നിന്ന് വരുന്നു
കടലമ്മയിലെ സത്യൻ
കടക്കെണിയിലൊരാൾ
കടലിലേക്കു പോകുന്നു

# 51

# ഗംഗയല്ല മഹാനദി

ഗംഗയല്ല മഹാനദി ജീവിത-
ബന്ധനങ്ങളിൽ കരയുമെൻ മാനസം
സ്വന്തമല്ലയീ ഭാരതമെന്നോർത്തു
സങ്കടങ്ങളിൽ ഉഴലുമീ പെൺകൊടി

ഗംഗയല്ല മഹാപുണ്യജീവിതം
ചിന്തയില്ലാവിധി കേൾക്കുമീശ്വരൻ
അന്ധകാരത്തിലുഴറുമീ മാനവർ
എങ്ങുപാർക്കുമെന്നോർക്കും നിരാശ്രയർ

ഗംഗയല്ല മഹാസത്യഭൂമിയീ
ജന്മശാപങ്ങൾ ചൂടുന്ന രാവുകൾ
മന്ത്രവേദങ്ങളെത്താത്ത ഭാരത
ഭാഗ്യഹീനർ വസിക്കുന്ന ഭൂമികൾ

ഗംഗയല്ല മഹാത്യാഗമീശ്വരൻ
ഗാന്ധിയാകാത്തൊരിന്നിൽ വസിക്കുമീ
ബാല്യ വേലക്കു നിൽക്കുന്നൊരുണ്ണികൾ
പേറിടുന്നോരുച്ഛിഷ്ട ജീവിതം

ഗംഗയല്ലെന്റെയന്ത്യനേരങ്ങളിൽ
തൊണ്ടതേടുന്ന ദിവ്യാമൃതം സഖേ
വന്യകാലത്തിന്നൂഷരഭൂമിയിൽ
എന്നുപെയ്യുമെന്നോർത്തുനടന്നൊരാ
അത്രനാളും പ്രണയിച്ചൊരാമഴ
തീർത്ഥമായിട്ടലയുന്ന ദിവ്യത.

## 52

# ഒന്നും കാണുവാനാവാതെ

ഞാൻ പറയുന്നത്
ഇന്ത്യയെക്കുറിച്ചാണ്
മനുഷ്യരെക്കുറിച്ചാണ്
അവൻ സൃഷ്ടിച്ച ദൈവങ്ങൾ
അവനെ നേരിടുകയാണ്
നശിപ്പിക്കുകയാണ്
അവൻ നട്ടുവളർത്തിയ മരങ്ങൾ
അവന്റെ വീടുകൾ
മാതാപിതാക്കൾ
കുട്ടികൾ
എല്ലാം കത്തുകയാണ്
ദൈവത്തിന് വേണ്ടി
മതങ്ങൾക്ക് വേണ്ടി
അവന്റെ ശിഖണ്ഡിയായ ദൈവം
അന്ധകാരത്തിലാണ്
ഒന്നും കാണുവാനാവാതെ

## 53

# മുഖംമൂടികൾ

രാജാവിന്റെ മുഖംമൂടികളിൽ
ഒന്ന് കവിതയുടേതായിരുന്നു
ചതഞ്ഞ വാക്കുകൾ.
ഹൃദയശൂന്യമായ മൂലക്കണ്ണികൾ
അഴുകിയ ആദർശങ്ങൾ
പ്രജകളുടെ കണ്ണുനീരിനു മുന്നിൽ
അവ അവജ്ഞ മാത്രം അർഹിക്കുന്നവയായിരുന്നു
സ്തുതിപാഠകർ
പട്ടും വളയും വാങ്ങി
എന്നാൽ
എനിക്കറിയാം
അമ്മയില്ലാത്ത കുഞ്ഞുങ്ങളുടെ
നിലവിളികൾ
അവയെ ചോദ്യം ചെയ്യുകയാണ്
വീടില്ലാത്ത അഭയാർഥികളുടെ
നെടുവീർപ്പുകൾ
അവയെ പുച്ഛിക്കുകയാണ്
പ്രതീക്ഷയറ്റ ഒരു ജനതയുടെ ഭീതി
അവയെ കരിയിലകളാക്കുകയാണ്.

## 54

# ഒരു നിമിഷം ചിന്തിക്കൂ

സുഹൃത്തെ
ഒരു നിമിഷം ചിന്തിക്കൂ
ഒന്നുകൂടി ചിന്തിക്കൂ
എവിടെയാണ് ദൈവം
തീമഴകളും
കരിമേഘങ്ങളും
കവിതകളാകുന്ന
ആകാശങ്ങളിലോ
വിശപ്പും
ഏകാന്തതയും
വേട്ടയാടുന്ന
മനസ്സുകളിലോ
സുഹൃത്തേ
ഒരു നിമിഷം ചിന്തിക്കൂ
ഒന്നുകൂടി ചിന്തിക്കൂ
എവിടെയാണ്
നമ്മുടെ ദൈവങ്ങളുടെ
സ്ഥിരതാമസം

## 55

# ഒളിക്കാൻ ശ്രമിക്കുന്ന പകലുകൾ

എതിർവശത്തുനിന്നു നോക്കൂ
തീവണ്ടി ഒരു കൗതുകമല്ല
കവിതയും

എന്നെക്കാണിക്കൂ എന്ന വിളികേൾക്കാതെ
ചില കണ്ണാടികൾ
എളുപ്പം പൊട്ടുന്നു
ഒരന്ധനും കാണുന്നില്ല
മതിൽപ്പച്ചകൾക്കുമുകളിലെ
നാട്ടുതെറിയെന്നതാണ് സത്യം

മെല്ലെ മെല്ലെ കേൾക്കുന്ന
പഴയൊരു ചലച്ചിത്രഗാനം മതിയായിരുന്നു
പണ്ടൊക്കെ നിന്നെക്കുറിച്ചോർക്കാൻ

എവിടെയെങ്കിലും ഒന്നൊളിക്കാൻ
ശ്രമിക്കുകയാണ്
ഇന്ന് എല്ലാ പകലുകളും

## 56

# നിന്റെ കവിതയിൽ

നാട്ടിൻ പുറത്തെ വൃദ്ധ ചോദിച്ചു
നിന്റെ കവിതയിൽ ഞാനുണ്ടോ?
എന്റെ വീട്
ചോർന്നൊലിക്കുന്ന മോന്തായം
കോളേജിൽ നിന്നും
തിരിച്ചു വരാത്ത മകൻ
പോലീസുകാരുടെ ലാത്തി
വിശപ്പ്, ഇങ്ങിനെ,
നിന്റെ കവിതയിൽ ഞാനുണ്ടോ?

## 57

# ടൂത്ത് പേസ്റ്റ്

ഈ ടൂത്ത് പേസ്റ്റ്
ഒരു ദരിദ്രരാജ്യത്തെ പൗരന്റെ ചിരിയാണ്
ഞങ്ങൾ ഇത് അവതരിപ്പിക്കുന്നു
നിങ്ങൾക്ക് വേണ്ടി

ഇന്നുമുതൽ
ഈ ചിരിയുടെ അവകാശി
ഞങ്ങൾ മാത്രമായിരിക്കും
എന്നാലപ്പോഴും
കരയാനുള്ള അവകാശം
ഞങ്ങൾ അവനുതന്നെ നൽകിയിരിക്കുന്നു
എന്തെന്നാൽ
അവൻ
ദൈവത്തിന്റെ സ്വന്തം നാട്ടിലാണല്ലോ

## 58

# യുഗങ്ങൾ അടക്കംചെയ്ത കവിതകൾ

ഈ കവിതയിൽ
ഞാനെന്നെത്തന്നെ അടക്കം ചെയ്തിരിക്കുന്നു
യുഗങ്ങൾ കഴിഞ്ഞ്
എന്റെ കവിതകൾ വായിക്കുന്ന
നിനക്കുവേണ്ടി
വായനശാല
തൊഴിലില്ലായ്മ
പ്രണയം
നാടുതെറിപ്പച്ചമതിൽ
എല്ലാം ഇതിലുണ്ടാവും
അന്നും
ആകാശം വെളുത്ത മേഘങ്ങളെയും കൊണ്ട്
കുന്നുകൾക്ക് മുകളിലൂടെ പാഞ്ഞുപോകും
ഒരു യഥാർഥ മലയാളികവിയുടെ
പകലുകളെ ഓർമ്മപ്പെടുത്തിക്കൊണ്ട്.

## 59

## ചിത്രം

പച്ചബസ്സുകൾ പ്രണയിക്കുന്ന മീഞ്ചന്തയിൽ
ആർട്സിൻ തണൽമരച്ചോട്ടിൽ
ഇലകളുടെ ഹസ്തദാനത്തിനിടയിൽ
പൊടിപിടിച്ചുകിടക്കുന്നുണ്ടാവും
നമ്മൾ പരിചയപ്പെട്ട സായാഹ്നം
ദരിദ്രനായ ഒരു ചിത്രകാരനേയും
കവിയേയും
കാലം സൂക്ഷിച്ചുവെക്കുന്നത്
ചില അപകടങ്ങളിലേക്കും
അശാന്തിയിലേക്കും വലിച്ചെറിഞ്ഞാണല്ലോ

## 60

# കഥകളി കടക്കെണി

ഈയിടെ ഒരാൾ
അമേരിക്കയിൽ
സ്വാതന്ത്ര്യം കൊണ്ട്
ശ്വാസം മുട്ടി മരിച്ചത്രെ,
മറ്റൊരു നാട്ടിൽ
കവിതക്ക് തീപ്പിടിച്ച്
ഒരു കാപ്പിരിയും
ഇവിടെ
മൊഴിമാറ്റക്കവിതകളിലൂടെ
വഴിമാറ്റക്കവിതകളിലൂടെ
തലസ്ഥാനത്തെത്തി
തലയില്ലാതായവർക്ക്
താമ്രപത്രങ്ങൾ

കഥകളിയുടെ നാടാണ് കേരളം
കടക്കെണിയുടേയും

## 61

# പരശുരാമനോട് തോറ്റ കടൽ

പരശുരാമനോട് തോറ്റ കടൽ
പിന്നേയും മുന്നോട്ട് വന്ന്
പലിശക്കാരനോട് തോറ്റ കേരളമേ
എന്ന് പറഞ്ഞ് മടങ്ങിപ്പോയി

## 62

# കവിഗൃഹത്തിലെ സന്ധ്യ

കവിവീടു കണ്ടു ഞാൻ കുന്നിൻ ചെരുവിൽ
കുന്നിക്കുരുമണിയെണ്ണുന്ന കുട്ടികൾ
കഞ്ഞികുടിച്ചില്ലയെന്നറിഞ്ഞു.

കണ്ണായ കണ്ണുകൾ എങ്ങും തിരയവെ
കള്ളിൽ കുതിർന്നു വരുന്നു കവി
എണ്ണിപ്പറഞ്ഞൂ ബാല്യം
കീറിപ്പറഞ്ഞ കിനാക്കൾ

കേട്ടില്ല ഞാനൊന്നുമാ നേരമേ സത്യം
കുന്നിറങ്ങുന്നോരു സൂര്യൻ
കവിതയിൽ നിന്നും തെറിച്ചുപോയന്തിയായ്
കണ്ണുകാണാതെ ഞാൻ നിന്നു.

## 63

## നഷ്ടം

കണ്ണീരുണങ്ങാൻ
വെയിലത്തുവെച്ച ഒരു കവിത
കാക്കകൊണ്ടുപോയി
മാവിൽ
പ്ലാവിൽ
ഇലഞ്ഞിയിൽ
കാക്കയെ നോക്കിനോക്കി
കണ്ണുകഴച്ചു
ഇനി നാളെ
മഞ്ഞായോ
മഴയായോ
വെയിലായോ
എങ്ങിനെയാണ്
എന്റെ കവിത തിരിച്ചെത്തുക

## 64

# കളികൾ

ഫാനില്ലാതെ എങ്ങിനെ
ഈ ഉഷ്ണകാലത്ത്
വാർത്ത കേൾക്കാൻ
അടുത്ത വീട്ടിലോ
ഛെ, മോശം

വാണിഭ വാർത്തയിൽ
ഒരു ബന്ധുവുമില്ലെന്നോ കഷ്ടം
നിങ്ങളില്ലാതെ എനിക്കെന്താഘോഷം
എന്നു കേൾക്കുന്നതെങ്ങിനെ
കുലമഹിമക്കഥകളിൽ
കുടിപ്പകതൻ കൊലക്കഥകൾ
കാണുന്നതെങ്ങിനെ
പുളകമണിയുന്നതെങ്ങിനെ

കേളാ കോരാ
ജീവിത ജാതക കഥകളിലിങ്ങനെ
മണ്ടാ വെറുതെയലഞ്ഞാലോ നീ
നാടിൻ പെരുമകൾ കേൾക്കണമല്പം
ജീവിതവായു ശ്വസിക്കണമല്പം

വേഗം ചെല്ലൂ ഇൻസ്റ്റാൾമെന്റിൽ
കിട്ടും ടീവികൾ വാങ്ങുക നീ
ആലപ്പുഴക്കയർ വാങ്ങി വെച്ചേക്കുക
തൂങ്ങിമരിച്ചുകളിച്ചീടാം.

## 65

# എഴുപതുകളിലെ കണ്ണൻ

കഞ്ഞിക്കൊതിയേറി
കപ്പക്കൊതനിയേറി
കാലികൾക്കൊപ്പം നടന്ന ചെക്കൻ
കറുത്തവനായി
കാർവർണ്ണനായി
കാലം തികഞ്ഞപ്പോൾ
സവർണ്ണനായി
കഞ്ഞിയില്ലച്ഛാ
കപ്പയില്ലച്ഛാ
കാന്താരിക്കാലം കഴിഞ്ഞതില്ല.

## 66

# ഗൾഫിൽ രണ്ടു മലയാളികളുടെ ഓണക്കാലം

ഓണക്കാലം മലനാട്ടിൽ
പോയാലെന്തൊരു സന്തോഷം
പൂവുകൾ കാണാം പുഴ കാണാം
പുഞ്ചപ്പാടത്തോടീടാം
ചക്കരമാവിനെറിഞ്ഞീടാം
കുത്തനെ കുന്നുകൾ കേറിടാം
ഓണപ്പാട്ടുകൾ കേട്ടീടാം
ഓരോ പൂവുകൾ നുള്ളീടാം
ഓണം എവിടെ ചങ്ങാതീ
കുന്നുകളെങ്ങോ പോയില്ലേ
പുഞ്ചപ്പാടംപോയില്ലേ
കർഷകനെവിടെ ചങ്ങാതീ
കണ്ണീർകൃഷിയിലൊടുങ്ങീലെ
തൊഴിലില്ലാത്തവരലയുന്ന
കേരളനാട്ടിലിറങ്ങുമ്പോൾ
പൊങ്ങച്ചത്തിൻ ഗമ കാണാം
കണ്ണില്ലാത്തൊരു ചിരി കാണാം
പട്ടിണിയായവരോർമ്മകളിൽ
ഓണപ്പായസമുണ്ണുമ്പോൾ
പാരഡിഗാനക്കവലകളിൽ
താണൊരുതലയാൽ മാവേലി
കണ്ണുനിറച്ചതുകണ്ടില്ലേ
കരളുരുകുന്നതുകണ്ടില്ലേ
കരിയും മണലാണെന്നാലും
കരളിൽ തീർക്കാം പൊന്നോണം